AF518840

ഗ്രീൻ ബുക്സ്

# മലയാളത്തിന്റെ പ്രിയകവിതകൾ

## ഒ.വി. ഉഷ

കവി, നോവലിസ്റ്റ്, വിവർത്തക, കോളമിസ്റ്റ്.
പാലക്കാട് ജില്ലയിൽ ജനനം.
വിദ്യാഭ്യാസം: ദില്ലി യൂണിവേഴ്സിറ്റിയിൽനിന്ന്
ഇംഗ്ലീഷ് സാഹിത്യത്തിൽ ബിരുദവും
ബിരുദാനന്തരബിരുദവും.
ദില്ലിയിലെ ഇൻസ്റ്റിറ്റ്യൂട്ട് ഓഫ് മാസ് കമ്മ്യൂണിക്കേഷൻസ്,
ടാറ്റാ മക്ഗ്രോഹിൽ ബുക്ക് കമ്പനി, വികാസ് പബ്ലിഷിങ്
ഹൗസ് തുടങ്ങിയ സ്ഥാപനങ്ങളിൽ പ്രവർത്തിച്ചു.
മഹാത്മാഗാന്ധി സർവകലാശാലയുടെ പ്രസിദ്ധീകരണ
വിഭാഗം ഡയറക്ടറായി സേവനമനുഷ്ഠിച്ചു.
പുരസ്കാരങ്ങൾ: കേരളസാഹിത്യ അക്കാദമിയിൽ നിന്ന്
സമഗ്രസംഭാവനയ്ക്കുള്ള അവാർഡ് (2015),
ഇൻഡോ അറബ് കൾച്ചറൽ ലീഗ് ഏർപ്പെടുത്തിയ
സാംസ്കാരിക വിനിമയ അവാർഡ് (2017),
ചലച്ചിത്ര ഗാനരചനയ്ക്കുള്ള
സംസ്ഥാന സർക്കാർ അവാർഡ് (2000),
ഏഷ്യാനെറ്റ്-ലക്സ് അവാർഡ്,
ഭരതൻ സ്മാരക അവാർഡ്.

**ഗ്രീൻ ബുക്സ് പ്രസിദ്ധീകരിച്ച**
**ഗ്രന്ഥകാരിയുടെ ഇതര കൃതി**

ഗുരുഗാഥ
(ആദ്ധ്യാത്മികം)

മലയാളത്തിന്റെ

# പ്രിയകവിതകൾ

ഒ.വി. ഉഷ

ഗ്രീൻബുക്സ്

green books private limited
gb building, civil lane road, ayyanthole,
thrissur- 680 003, kerala, ph: +91 487-2381066, 2381039
website: www.greenbooksindia.com
e-mail: info@greenbooksindia.com

*malayalam*
**malayalathinte priyakavithakal**
*poem*
by
o v usha

published july 2022


cover design : rajesh chalode
cover photo : ashraf malayali

printed in india
manipal technologies ltd

branches:
thrissur 0487-2422515
thiruvananthapuram 0471-2335301
calicut 0495 4854662

isbn : 978-93-93596-27-7

---



₹ 110.00
GBPL/1234/2022

# മുഖക്കുറി

മലയാള സാഹിത്യത്തിലെ പ്രിയ എഴുത്തുകാരിയായ ഒ.വി. ഉഷയുടെ കവിതാസമാഹാരം പ്രസിദ്ധീകരിക്കുവാൻ അവസരമുണ്ടായതിൽ ഞങ്ങൾക്ക് അതിയായ സന്തോഷമുണ്ട്. കൺമുന്നിലുണ്ടായിട്ടും നമ്മൾ കാണാത്തതും അനുഭവിക്കാത്തതുമായ ലോകത്തെ കവിയുടെ കണ്ണുകളിലൂടെ, വാക്കുകളിലൂടെ അനുഭവിക്കുമ്പോൾ ലഭിക്കുന്ന സന്തോഷം വാക്കുകൾക്കതീതമാണ്. ദൈനംദിന ജീവിതത്തിലെ കൊച്ചുകൊച്ചു അനുഭവങ്ങളെ സ്നേഹത്തിന്റെ കണ്ണാടിയിലൂടെ മാത്രം കണ്ട്, വാചാലമായി സംസാരിക്കുന്ന എഴുത്തുകാരിയുടെ കവിതകളിലെ സ്ഥായീഭാവം പ്രസാദാത്മകമായ ദുഃഖമാണ്. ‘ആനന്ദം’ എന്ന കവിത പോലും അവസാനിക്കുന്നത്,

> ആരോ പറയുന്നു ‘‘പിന്നേയും
> നിന്റെയീ ആനന്ദമെന്തൊരു ദുഃഖം.’’

ഒ.വി. ഉഷയെന്ന അനുഗൃഹീത പ്രതിഭയെ വീണ്ടും ആസ്വാദകമദ്ധ്യത്തിലേക്ക് കൊണ്ടുവരുവാൻ കഴിഞ്ഞതിൽ ഗ്രീൻബുക്സിന് ചാരിതാർത്ഥ്യമുണ്ട്.

**എഡിറ്റർ**

## ആമുഖം

പ്രസിദ്ധീകരിച്ച സമയക്രമം നോക്കാതെ
ചേർത്തുവെച്ച കുറച്ചു കവിതകളാണ്
ഈ സമാഹാരത്തിലുള്ളത്.
'എന്റെ പ്രിയകവിതകൾ' പരമ്പരയുടെ
ഭാഗമാവുന്നതിൽ ഏറെ സന്തോഷമുണ്ട്.
അകൈതവമായ നന്ദി, ഗ്രീൻബുക്സിലെ
നരേന്ദ്രൻ എന്നെ ഇതിലേക്കു ക്ഷണിച്ചതിൽ,
പ്രേരണ നൽകിയതിൽ.
ഈ സമാഹാരത്തിന്റെ സോഫ്റ്റ് കോപ്പി
ഒരുക്കിത്തന്ന എം.ടി. ധന്യയോടുള്ള
കൃതജ്ഞതയും ഇവിടെ കുറിക്കട്ടെ.

ഗ്രീൻ ബുക്സിന്റെ എം.ഡിയായിരുന്ന,
അടുത്തിടെ നമ്മെ വിട്ടുപോയ ശ്രീ കൃഷ്ണദാസ്
എന്റെ ഒരു ഗദ്യകൃതി മുൻപ് പ്രസിദ്ധീകരിച്ചിരുന്നു.
അദ്ദേഹത്തിന്റെ സൗഹൃദത്തെ ഹൃദയപൂർവ്വം,
ആദരപൂർവ്വം സ്മരിക്കുന്നു.

**ഒ.വി. ഉഷ**

## കവിതകൾ

## പരിചയം

**എ**വിടെയോ കണ്ട പരിചയം (നിന്നെ-
ക്കറുത്ത കണ്ണിലാനിഗൂഢസുസ്മിതം)
തിരിഞ്ഞു പോകൊലാ പരിചയം നടി-
ച്ചിടാതെ നിന്നെ ഞാൻ മറന്നുവെങ്കിലും.

മറന്നുപോയ് നമ്മളൊരുമിച്ചു രുചി-
ച്ചറിഞ്ഞ ജീവിതരുചികളത്രയും
മറന്നുപോയ് നമ്മൾ നടന്ന പാതകൾ
മരിച്ചു നമ്മുടെ പഴയ സൗഹൃദം.

അതൊക്കെസ്സത്യം; എന്നിരിക്കിലുമെന്തേ
മിഴി പിണച്ചു നാമിതു വിധം നില്പാൻ?
ഇനിയും നീയെന്റെ കൊടിയ ശൂന്യത
നിറയെ വേദന തരികയാകുമോ?

ഇനിയും നിഷ്ഫലസുഖവാഗ്ദാനങ്ങൾ
ചൊരിയുമോ ദുഃഖമിടിത്തീ വീഴ്ത്തിയ
കരളുമായിക്കത്തിക്കരിഞ്ഞു ഞാൻ പോമോ?

അനന്തമായ്ക്കാത്തു തപിച്ചു ഞാനതു
നിനക്കു വേണ്ടിയോ നിഴൽ പോലെ വന്നു
പതുങ്ങി നില്ക്കുമീ നിനക്കായ്ത്തന്നെയോ?

ചതിക്കരുതേ നീ, ചിരവിശുദ്ധ ഞാൻ
ഇവിടെയീ ദുഃഖനഗരിയിൽക്കാണു-
മിരുണ്ട പാതക,ളവകളെച്ചൂഴ്ന്നു

കിടന്നിടും ചുടുമണൽക്കൊടുംകാടും-
അവയറിയുമെൻ കുഴഞ്ഞ കാലുകൾ.

ഇതെന്റെ കണ്ണുകൾക്കളക്കാനാവാത്ത
നിലയമെന്റെയീ ദ്രവാഗ്നിമദ്ധ്യത്തിൽ
വരുന്നു നീയെന്നെ വിളിക്കുന്നൂ നിന്റെ-
യമേയഭീകരനയനങ്ങളാലേ.

എവിടെയോ സ്മൃതിക്കതീതമാം കാല-
സ്ഥലികളിലിതേ നയനത്തിൻ പദ്മ-
ദളയുഗളത്തിൻ ക്ഷണം കണ്ടതോർപ്പൂ.

വരുന്നു നിൽക്ക, നിൻ വഴിയേതാകിലും
വരുന്നു ഞാൻ കൂടെ സുഖമാണെങ്കിലും
ഇതു കണക്കെന്നും കൊടിയ ദുഃഖമാ-
ണിനിയെന്നാലും ഞാൻ വരുന്നു നിൻ കൂടെ. ■

## ക്ഷണം

**നി**റനിലാവിന്റെ
    രഹസ്യമാം ക്ഷണം
വരിക, ചന്ദന
    ക്കുറിതൊടുവിക്കാം.

നിലാവിലാർദ്രമാം
    മണൽപ്പാത നെഞ്ച-
മലിഞ്ഞു നീരവം
    വിളിച്ചു കാൽകളേ

ചിറകുകളാർന്നു
    വരിക രാവിന്റെ
മറുകരയോളം
    നമുക്കു പോയ്‌വരാം.

കുളിർന്ന തെന്നലെൻ
    മനസ്സിൻ ജാലക-
പ്പടിവരെ വന്നു
    മൃദുലമായോതി:

നിനക്കു ചൂടുവാൻ
    കുടമുല്ല പൂത്തു
കനിഞ്ഞു നിൽക്കുന്നു
    തെളിനീർത്തോടിന്റെ-
യരികിലെക്കൈത
    തനിത്തങ്കക്കൂമ്പിൽ

നറുമണത്തിന്റെ
　　ലഹരി കാക്കുന്നു.

മിഴികൾ പൂട്ടി ഞാൻ
　　വിളികേട്ടൂ, രാത്രി
വിളിക്കുന്നൂ കടും
　　നിഴലുകളാലേ.

വരിക, നിന്നെയും
　　നിനച്ചൊരാളൊരു
വനനികുഞ്ജത്തിൽ-
　　ത്തപസ്സിരിക്കുന്നു.

മണൽപ്പാത നിന്നെ
　　വിളിക്കുന്നൂ പിന്നെ
നിലാവിന്റെ നില-
　　വിളക്കെരിയുന്നു.

കുളിർന്ന തെന്നലിൻ
　　ചിറകുകൾ നിന്നെ
വിളിക്കുന്നൂ, പന്ത-
　　ലൊരുക്കിവെച്ചു ഞാൻ.

ഇളംചിരിയോടെ-
　　യൊഴിഞ്ഞു മാറുന്നു
സുഖദയാം നിദ്ര
　　പറയുന്നൂ: ‘‘പോകൂ.’’

മിഴികൾ പൂട്ടി ഞാൻ
　　വിളി കേട്ടൂ, രാത്രി
വിളിക്കുന്നൂ വരാം;
　　വരികയായി ഞാൻ! ■

## ദീപം

**ആ**ളിപ്പടരുമിരുട്ടിലെൻ ദീപവു-
മായി ഞാൻ വെമ്പലിൽ നിന്നോടടുക്കവേ
ഉഗ്രമായ് ചീറ്റീ കറുത്ത കുതിരകൾ
പൊൻചാട്ട വീശുന്ന വാനിൻ വഴികളിൽ.

ചിന്തിച്ചതില്ലൊന്നുമെന്നെക്കുറിച്ചു ഞാൻ
ചിന്തകൾ നിന്നെച്ചുഴന്നു ദുഃഖിക്കയാൽ
വാടിത്തളർന്നന്ധകാരത്തിൽ, ബന്ധനാ-
ഗാരത്തിലാകെ മയങ്ങിക്കിടന്നു നീ.

എൻ പദനിസ്വനം കേൾക്കേയുണരുന്ന
നിന്റെ നനഞ്ഞ തളർന്ന കടാക്ഷമോ
മെല്ലെയെൻ കണ്ണുകൾ തേടീ വിവശയായ്
ചൊല്ലി നീ താരകൾ പാടുന്ന മാതിരി:

''ദീപമെനിക്കായി വേണ്ട'' നിശ്ചിന്തനായ്
ഞാനെൻ വെളിച്ചം കെടുത്തീ പൊടുന്നനെ
വിണ്ടു പിളർന്നൂ കരൾ, വാർന്ന ഹൃദ്രക്ത-
ബിന്ദു മിഴിയിൽ തുളുമ്പി, കണ്ടില്ല നീ. ■

## ധ്യാനം

**വ**യ്യ, നിനച്ചു നിനച്ചു തളരുന്നു
നിന്റെ ചുവന്ന മിഴികളെ.
(ഇത്ര ചുവക്കുമോ കണ്ണുകൾ?
ഇത്രയും സ്വപ്നമേഘങ്ങളലയുമോ
കണ്ണിന്റെ ചക്രവാളത്തുടുപ്പൂടെ?)
വയ്യെനി;ക്കുള്ളൂ നടുങ്ങുന്നു നിൻ സ്മിത-
വജ്രപാതങ്ങളാൽ
വയ്യ നിനച്ചു നിനച്ചു തളരുന്നു
നിൻ സ്വരത്തിന്നിളം ചൂടിനെ.
നിന്റെ ഗാനം ചെവിക്കൊണ്ടു, നിൻ പാടുന്ന
ചുണ്ടുകൾ കണ്ടു ഞാൻ-
പാടുന്ന നീയെന്ന പാട്ടിനെക്കണ്ടു ഞാൻ
ജീവിച്ച മാത്രകൾ!
ഓർക്കുമ്പോഴോമനേ,
വയ്യ, മനസ്സു പറിഞ്ഞുവീഴുന്നു നിൻ കാല്ക്കലായ്
ജീവിച്ചുതീർന്ന വെറുമിലപോലവേ.
അത്യുന്നതത്തിലിരുളിന്റെ ചില്ലയിൽ
സ്വപ്നപ്രസരത്തി-
ലെന്തോ നിനയ്ക്കും പ്രകാശകപോതമേ,
ഒന്നുണരാവൂ നീ
രശ്മികളാലേ തുഴഞ്ഞുപോരാവൂ നീ
താഴേക്കു, സാന്ത്വനം പോലെ ഹിമം മുറ്റി
നില്ക്കും തമസ്സിലൂ-
ടെന്നിലേ,ക്കെന്നിലേ;-
യ്ക്കെൻ ചെറുഹൃത്തിൻ കവാടം തുറന്നു ഞാൻ. ■

## കല്യാണം

**കൂ**ണു പൊട്ടിച്ചു കുട പിടിച്ചു
പൂണുനൂൽത്താമരനൂലുമിട്ടു
താളിലകൊണ്ടെന്നു തറ്റുടുത്തു
കാലടിക്കീഴിൽ വഴി കിടന്നു.

ആതിരത്താരം പറിച്ചെടുത്തെൻ
കാതിൽ കടുക്കൻ കടഞ്ഞുവെച്ചു
കന്നിനിലാവിന്റെ കൈയിൽനിന്നും
ചന്ദനം വാങ്ങിക്കുറി വരച്ചു.

നീരവരാത്രിയാളോടു വാങ്ങി
നീലത്തുളസി ശിഖയിൽവെച്ചു
പിന്നെ നടന്നു തിടുക്കമോടെ
നിന്നെത്തിരഞ്ഞു ഞാൻ കാറ്റുപോലെ.

കണ്ടതും നിന്നെക്കിനാവിലാണേ
ചന്തം ചൊരിയും മുഖവുമാണേ.

പേരറിയാത്ത മലമുകളി-
ലേഴായ്പ്പിരിഞ്ഞൊരു നീരുറവ്.
ആ നീരുറവിന്റെ വക്കിലായി
പാലമരമൊന്നു പൂത്തു കണ്ടു.

പാലതൻ കമ്പുകൾ കൈകൾപോലെ
നീയാക്കരങ്ങളിലൂയലാടി.

പച്ചമുള കീറിയിട്ടൊരൂഞ്ഞാൽ
പിച്ചകം പൂത്ത പെരുംതുറവ-
കണ്ടതു നിന്നെക്കിനാവിലാണേ
ചന്തം ചൊരിയും മുഖവുമാണേ.

കാതങ്ങളെത്ര കടന്നുപോയീ
പാദങ്ങളെത്ര കുഴഞ്ഞുപോയി.
നീളെയും സൂചീമുഖങ്ങൾ പൊക്കും
നീലച്ച മുള്ളുകളായിരുന്നു.
പൂവിലും പുല്ലിലുമൊന്നുപോലെ
വാണതു പാമ്പുകളായിരുന്നു.

കാട്ടിലൊരിക്കൽപ്പുലി മുരണ്ടൂ
കാട്ടുപോത്തിന്റെയിരുട്ടു കണ്ടൂ
കുത്തിയൊലിക്കും പുഴ കടന്നൂ
കത്തുന്ന കാടിൻ കടൽ കടന്നൂ
ചൂടു കനയ്ക്കും മണലിലൂടെ-
ച്ചോടുകൾ വെയ്ക്കേ, നിഴൽ കരഞ്ഞു.
പട്ടണം കണ്ടൂ, രഥങ്ങൾ കണ്ടൂ
പട്ടുകൾ വില്ക്കും തെരുവു കണ്ടൂ
കാണ്മതെല്ലാമെന്റെ ദേവിയാളെ-
ന്നോർത്തൂ മിഴികൾ തളർന്ന നേരം
വിണ്ണിൽ പലകുറിയിന്ദ്രചാപം
മണ്ണിനു രാഗശരം തൊടുത്തൂ
കേടു വന്നൂ കൂൺകുട, യൊടുക്കം
കേടറ്റ വാനം കുട പിടിച്ചു.

ചന്ദനം മാഞ്ഞൂ, കുറിക്കുവേണ്ടി-
ക്കുങ്കുമമിറ്റീ മുറിവുതോറും
ചൂടിയ നീലത്തുളസി വാടീ
പൂണുനൂലറ്റു നിലത്തുവീണൂ.

പിന്നെക്കിനാവിൽ തുളസിയായി
നിന്റെ നീലാഞ്ജനനീൾ മിഴികൾ
പൊന്നുനൂല്പൂണുനൂലിട്ടു തന്നൂ
മിന്നും നിനവിൻ മൃദുകരങ്ങൾ.

പേരറിയാത്ത മല കയറി
പാലത്തണലിലൊടുക്കമെത്തി
തേനിറ്റുവീഴും തണലൊഴികെ-
യേതുമവിടെയില്ലായിരുന്നു.

എത്ര വിളിച്ചൂ, വിളികളൊക്കെ
യുത്തരം തേടിത്തിരഞ്ഞു പോയീ
ഉള്ളിലെ നീലക്കരിമ്പുകാടി-
ന്നുള്ളിലൊരാന കടന്നു വന്നൂ.
പിന്നെ ഞാൻ നിന്നെത്തപസ്സു ചെയ്തൂ
ചിന്നിത്തകർന്ന മനസ്സുമായി.

കാലോളമെത്തും തലമുടിയും
കാതോളമെത്തും കരിമിഴിയും
വെറ്റില തിന്നു തുടുത്ത ചുണ്ടും
നെറ്റി നിറയെക്കുറുനിരയും
തങ്കനിറവും ചിലമ്പൊലിയും
മിന്നിച്ചിരിക്കും തരിവളയും:
ഞെട്ടി ഞാൻ; പാല തൻ മോളിൽനിന്നും
പെട്ടെന്നു ദേവിയിറങ്ങി വന്നു.

ഈ മിഴി ചെന്നാമിഴിയിലെത്തി
ജീവിതമുത്സവമേളമായി
ഉൾക്കളമാകെ വസന്തമായി
ദിക്കുകളെല്ലാം നിലാവുമായി.

വന്നിതേഴാളികൾ മേളമോടെ
നന്നായ്ച്ചമയിച്ചു ദേവിയാളെ

കല്ലുകളൊമ്പതും മുത്തുകളും
മഞ്ഞളും പൊന്നും മിനുത്ത പട്ടും
കൈത്തലത്തിന്നു നിറം കൊടുക്കും
മൈലാഞ്ചി; പൂക്കളും ചന്ദനവും
ഏതും തിളയ്ക്കുമപ്പുഞ്ചിരിയും
ദേവിയൊരത്ഭുതമായിരുന്നു.

വർണ്ണശലഭച്ചിറകു ചേർത്തു
തുന്നിയ കമ്പളം നീർത്തിയിട്ടു
നീലക്കരിമ്പിന്നിളയതണ്ടാൽ
ചേലെഴും മണ്ഡപം തീർത്തുവെച്ചു.

മിന്നിക്കെടുന്ന വിളക്കനേകം
വന്നിണങ്ങീയിരുൾ മണ്ഡപത്തിൽ
താലങ്ങളേന്തിച്ചിരിച്ചു നിന്നൂ
നീളെയും തേന്മുല്ലവല്ലരികൾ.

കാട്ടിൽപ്പതുക്കെത്തലകുലുക്കും
കാറ്റിന്റെ നാദസ്വരവുമുണ്ട്
താളം പിടിക്കുന്ന മദ്ദളക്കാ-
രായ് മരംകൊത്തികളേറെയുണ്ട്
വാനിന്റെ പട്ടുകുടയുമുണ്ട്
പൂനിലാവിന്റെയലുക്കുമുണ്ട്
ദേവിയാളെന്റെയരികിലുണ്ട്.

രാഗാഗ്നിയാളീ, ചുവക്കുമെന്റെ
യാഗാഗ്നി; ദേവി തൻ കൈ പിടിക്കേ
ഹാ! മനോരാജ്യത്തിലെന്നപോലെ
പാലമരച്ചുണ്ടു മന്ത്രമോതി:

"ഗൃഹ്ണാമിതേ
സൗഭഗത്വായ ഹസ്തം." ■

## കുടിവെയ്പ്

**ഞാ**നൊരു നാളിലിരുന്നൂ തപവും
ജപവും കൈക്കൊണ്ടങ്ങനെ
പിന്നെപ്പൊങ്ങീ-
യെന്നുടെ ചുറ്റിനുമൊരു നിശ്ശബ്ദത
തൻ വല്മീകം.

വല്മീകത്തിൽ-
ത്തട്ടിവിളിക്കുവതാരേ, യെങ്ങനെ
പൊട്ടിയടർന്നൂ രക്ഷാകവചം?
വല്മീകം വീണപ്പോൾപ്പാറീ
പക്ഷികൾ
എന്തിനു നിങ്ങളുണർത്തിയതെന്നെ?

പക്ഷികൾ, പക്ഷികളെത്രതരം
പക്ഷികളാണെമ്പാടും പാറും
കൊച്ചുകിലുക്കുകൾ
മെയ്യിൽക്കരിവരനിറയെപ്പൂണ്ടവർ
കുപ്പായത്തിൽ മണ്ണു പുരണ്ടവർ
പല വേഷക്കാർ, പല ദേശക്കാർ
നീളെ വസന്തത്തിൻ തെരുവീഥികൾ
തോറും പാടിപ്പാടി വരുന്നവർ.

ശ്രീലവസന്താരംഭം
ഈ നഗരത്തിൽ
കമ്പികളിന്മേൽ

പാർക്കിലെയാർബറിൽ
ജാലകവാതിലിൽ
നരകേറിയതാം ചുമരിൽ, തൂണിലു-
മൊട്ടിപ്പടരും പച്ചത്തഴയിൽ
ഇവിടെയകത്തീശിശിരസ്വാപിക-
ളാകിയ സീലിങ്ങ് ഫാനിൻ
കഠിനത പൂണ്ട മിനുത്ത ദലങ്ങളിൽ
മണ്ണും വിണ്ണും പോറ്റിടുമുണ്ണിക-
ളെത്തുന്നൂ, നൽക്കൊക്കുകളിൽച്ചിലർ
കരുതിയ പുല്ലിൻകൊടികളുമായി
നിങ്ങടെ കുടിവെയ്പല്ലീ? ■

## ആനന്ദം

**ആ**രോ പറഞ്ഞു: ''മതി, മതി,യിത്രയ്ക്കു
പാടില്ല, പാട്ടിലീ ദുഃഖം.''

പോരുമൊഴുകുന്ന കൺകളേ, നിങ്ങളിൽ-
ക്കാണുമീ വേദനാഭാവം.

ആകയാൽത്തേടിത്തിരഞ്ഞറിഞ്ഞേനൊരു
പൂവണിത്തൂവെയിൽപ്പാടം.

ആകയാൽ കണ്ണിൻ കലക്കം തെളിയിച്ചു
പാകി,യൊരാനന്ദബീജം.

ആകയാൽ പാടാൻ തുടങ്ങീ പുതിയൊരീ-
യാനന്ദരാഗസംഗീതം.

ആരോ പറയുന്നു പിന്നെയും ''നിന്റെയീ-
യാനന്ദമെന്തൊരു ദുഃഖം.'' ■

## ചിരി

**ദൈവമേ**
ദുഃഖം മടുത്തില്ല ദുഃഖത്തി-
ലാകവേ നിന്നോർമ്മ
വേരുപിടിക്കയാൽ

ദൈവമേ
ജീവൻ കരിഞ്ഞില്ല ദുഃഖത്തി-
ലാകവേ നിൻ നിഴൽ
വീണുകിടക്കയാൽ.

ദൈവമേ
മുള്ളുകൾ കുത്തിയോർമ്മിപ്പിച്ചു
കൊള്ളുക ഹൃത്തടം
നിന്നിലേ നിൽക്കുവാൻ.

ദൈവമേ
പൊങ്ങിവരും ചിരി പൂട്ടി
ഞാനൊന്നു ചോദിക്കട്ടെ
മെല്ലെ രഹസ്യമായ്
ഇത്രയ്ക്കസൂയയോ? ■

## *ശലഭത്തിന്റെ കഥ

**താ**രകയൊന്നു ചുവന്നുവിരിഞ്ഞു
ദൂരെ വടക്കിൻ കോണിലിരുട്ടിൻ
ചില്ല കറുത്തു വളർന്നും കൊച്ചരി-
മുല്ല വിടർന്നും നിശയെത്തുമ്പോൾ.

ശലഭമുറക്കമുണർന്നൂ തൻ ചിറ-
കലസം വിടരുകയായീ, പൂവിതൾ
മെത്ത വെടിഞ്ഞു നിനയ്ക്കുകയായീ
''നെയ്ത്തിരിയൊന്നു കിനാവിൽക്കണ്ടേൻ.''

കാണുകയായി വടക്കിൻ നെയ്ത്തിരി-
യെരിയുവതവനെ വിളിക്കുവതായും.

മോഹത്തിൻ വനവഹ്നിയെരിഞ്ഞു
താരകയെശ്ശലഭം കാമിച്ചൂ
മൂവന്തികളുടെ മദിര കുടിച്ചു
മയങ്ങിയ വാനിൻ തുടുമിഴി പോലെ
താരക മങ്ങി മിനുങ്ങീ, ചെമ്പൊൻ
ചോരും മിഴി, ശലഭത്തെ വിളിച്ചൂ.

ശലഭമുയർന്നൂ തോന്നീ പ്രണയിനി
ഹൃദയത്തിന്റെയടുത്താണല്ലോ.
അവളെച്ചുറ്റി മരിക്കണമെന്നേ
ശലഭത്തിന്നൊരു ദാഹം, തീയാ-
ണവളോടവനുടെ കാമം, പക്ഷേ,
ചിറകു കുഴഞ്ഞു തിരിച്ചേ പോന്നാൻ.

ശലഭത്തിൻ കൂട്ടാളികളെല്ലാം
തീനാളങ്ങൾക്കുയിരു സമർപ്പി-
ച്ചാ, രവരൊക്കെച്ചിറകുകൾ വെന്തു-
നശിച്ചാ, രെന്നാൽ ശലഭം മാത്രം
തലമുറ പലതും കണ്ടാനെന്നും
പതിവവനനുരാഗത്തിൻ യാനം.

ഒടുവിൽച്ചിറകു കുഴഞ്ഞു പതിച്ചി-
ട്ടൊരു നാളവനൊരു പൂവിലുറങ്ങീ
ഒരു നൂറ്റാണ്ടു കടന്നേ പോയീ.

തിരുമിഴിയാലത്താരകയെന്നും
കണ്ടൂ പൂവിലുറങ്ങും ജഡമാം
പ്രണയം, കണ്ണീരായി വെളിച്ചം.

ശലഭം തന്നനുരാഗമൊരത്ഭുത-
മത്രെ, കരിനീലച്ചിറകെഴുമാ-
ജ്ജഡമൊരു ഭീമാകാരം പൂണ്ടൂ
പുതിയൊരു വെള്ളിനിറം കൈക്കൊണ്ടു.

ഇന്നലെ നിദ്ര വരാതെ കാട്ടിൽ
ച്ചെന്തീ പൂത്തതു നോക്കിയിരിക്കെ
കണ്ടൂ ഞാനാത്തീ പൊങ്ങുവതായ്
കണ്ടേനൊരു ശലഭാകൃതിയൊപ്പം
ചിറകുകളതിഭീമങ്ങൾ, ചെന്തീ-
പിറകിൽ ക്കൂറ്റൻശലഭം പൊങ്ങീ
വിറപൂണ്ടാളൊരു താരക മാത്രം:
"വരവായോ നീ പ്രണയതപസ്സേ?" ■

---

* നക്ഷത്രത്തെ സ്നേഹിച്ച ശലഭത്തിന്റെ ഒരു റഷ്യൻ നാടോടിക്കഥയുണ്ട്. കൂട്ടുകാരായ ശലഭങ്ങൾ തീനാളങ്ങളെ സ്നേഹിച്ചു. നക്ഷത്രത്തെ സ്നേഹിച്ച ശലഭം രാത്രിതോറും നക്ഷത്രത്തിനുനേരെ പറക്കും. ഒരിക്കലും ലക്ഷ്യത്തിലെത്താനതിനു കഴിഞ്ഞില്ല. പക്ഷേ, അതു നക്ഷത്രത്തെ സ്നേഹിച്ചുകൊണ്ടു വളരെക്കാലം ജീവിച്ചു. മറ്റുള്ള ശലഭങ്ങളുടെ ജീവിതം ക്ഷണികമായിരുന്നു.

## വസുന്ധര

**ഒ**ന്നു പറയൂ, പറയാതിരിക്കുമോ
കുന്നിക്കുരുമാലയാരു തന്നൂ നിന-
ക്കിന്നീ മണി  മണിമാലയാരു തന്നൂ ചെറു-
താമരമൊട്ടുകളാരു തന്നൂ?

ഒന്നു പറയൂ, പറയാതിരിക്കുമോ?
പാദസരത്തിൻ കിലുക്കമാരേ തന്നൂ?

പാദപാതത്തിൻ മുഴക്കവും പിന്നെയീ-
പ്പീനജഘനചലനമനോഹര-
താളവും പൊട്ടിച്ചിരിച്ചു തിമർക്കുന്ന
ചില്ലുവളകളും തെല്ലുമൊതുങ്ങാത്ത
ഫുല്ലാളകങ്ങളും മിന്നല്പിണരുക-
ളായിരം വെട്ടിത്തിളങ്ങി മറിയുന്ന
കാർമ്മുകിലാടുന്ന നീലമിഴികളും?

ഒന്നു പറയൂ, പറയാതിരിക്കുമോ?
നിന്റെ കവിളിൽപ്പുരളുന്ന സന്ധ്യകൾ
ചുണ്ടിന്റെ ചെമ്പരത്തിപ്പൂവിതളുകൾ
നിന്നിൽച്ചിരിക്കുമൊരായിരം കാന്തിക-
ളാരു തന്നൂ, നിനക്കാരു തന്നൂ ധരേ?

ചൊല്ലൂ പ്രിയതമേ, നിന്റെ ദേഹത്തിനീ
ഗന്ധമാരേ തന്നൂ വർണ്ണചൈതന്യവും

നിന്നിലടിഞ്ഞുതകരുമി നിന്റെയാ-
മെന്നെയും നിന്റെ സ്തുതിയായ്ത്തുടിച്ചിടു-
മെന്റെ മനസ്സിന്റെ ഗാനങ്ങളത്രയും?

ഒന്നു പറയൂ പറയാതിരിക്കുമോ?
കന്നു മേയുന്ന മൈതാനവും നെല്ക്കതി-
രാടുന്ന നീണ്ട പാടങ്ങളുമോടിക്ക-
ളിക്കുന്ന കൊച്ചു പുഴയും കടക്കുകിൽ
ചക്രവാളത്തിന്നതിരായി, നില്ക്കയാ-
ണക്കടവിൽദ്ദിനരാത്രങ്ങളന്തികൾ-
ഈ വർണ്ണഭേദങ്ങളാരു തന്നൂ? നിന-
ക്കാരു ഞാനാരു നീ ചൊല്ലൂ വസുന്ധരേ. ■

## ആരെല്ലാം?

ഇതുപോലെ തന്നെ
നിറഞ്ഞ രാത്രിതൻ
നടുക്കുണർന്നിരു-
ന്നണ പൊട്ടിപ്പൊട്ടിക്കരഞ്ഞിരിക്കണം.

ഇതേപടി തന്നെ-
യനന്തമായൊരു
നിമിഷമത്രയും പുകഞ്ഞു
'ലോകമേ,
നിനക്കു ഞാനാരാരെനിക്കു നീ'-
യെന്നും പറഞ്ഞു ഭിത്തിയിൽ
തല തല്ലിപ്പാടേ
തകർന്നിരിക്കണം.

ഇതു ഞാനല്ലയല്ലിതുപോലെയെത്ര
കുഴി താനേ വെട്ടി
സ്വയമടക്കി മണ്ണടിഞ്ഞിരിക്കണം
പഴയ ചാവറയിരുട്ടുകളോർത്തു
പിടഞ്ഞു
രാത്രിതൻ നടു-
ക്കണപൊട്ടിയുണർന്നു
നാഡികൾ തകർത്തിരിക്കണം.

പുറത്തെയാഴത്തിൻ
ജ്വലിക്കുന്ന രുദ്ര-
ശശികല കണ്ടു ഭയന്നിരിക്കണം.

ഇതു മറ്റാരെല്ലാം?
അറിവീലയെന്നാ-
ലിതു ഞാൻ കൂടിയാ-
ണറിയുന്നേനിതാ
ശമനമറ്റൊരു പെരുത്ത നോവിന്റെ-
യഴികളിൽത്തലയടിച്ചുണർന്നതിൻ
പൊരുളെന്തെന്നോർത്തു
കരളുരുകുന്നു.
(ഇവിടെയൊന്നിനും
നിലയില്ല, കണ്ണു
വെറും പാപം
കണ്ടിട്ടറിവതിനില്ല)

നിറഞ്ഞ രാവിന്റെ
വിരിമാറു കീറി
വിദൂരശാന്തമാം
വചനമിങ്ങനെ:

'അസ്മിൻ ഹംസോ ഭ്രാമ്യതേ ബ്രഹ്മചക്രേ....'* ■

* ശ്വേതാശ്വതരോപനിഷത്തിൽ നിന്നൊരു വരി: 'ഹംസം' (ജീവൻ) ഈ ബ്രഹ്മചക്രത്തിൽ (ദുഃഖകാരണമന്വേഷിക്കുവാൻ പോലുമറിയാതെ, ദുഃഖനിവൃത്തിക്കായി, ദുഃഖപദാർത്ഥങ്ങളെത്തന്നെ ആശ്രയിച്ച്) കറങ്ങുന്നു.

## തണൽ

**താ**നേ കിളിർത്തതാണീ മരം
കുഞ്ഞുതയ്യായിളം കൈനീട്ടി
വാങ്ങി, വെയിലുണ്ടു
താനേ വളർന്നതാണീമരം, കാറ്റുകൾ
പാടിയുറക്കി,യുണർത്തിയും നീരുകൾ
വേരിനെത്തേടിവന്നൂറിയും പിന്നെയോ
ദൈവസാന്നിദ്ധ്യമിലകളിൽ ധ്യാനമായ്-
ച്ചേർന്നുമെൻ മുറ്റത്തു
പൊങ്ങിയുണർന്നു കുടിലിന്നു പന്തലായ്
വള്ളിക്കൊരൂന്നായി
പക്ഷിക്കു കൂടായി
കൊച്ചുദൈവങ്ങൾക്കുപോലും തണലായി
എന്നുടെ നിദ്രയ്ക്കു
കാവലായ് കാവലിൽ
ജാഗരംകൊള്ളും ദലമർമ്മരങ്ങളായ്
മണ്ണിലുറച്ചിതാ
നില്ക്കയാണീമരം.

താനേ പൊടിച്ചു കിളിർത്തതാണന്നൊരു
വർഷസുതൃപ്ത പ്രഭാതത്തിലന്നുതൊ-
ട്ടെപ്പൊഴും ഞാനകംകൊണ്ടു നേരുന്നതു-
ണ്ടിങ്ങനെ നീരും കൊടുപ്പതുണ്ടെങ്കിലും
താനേ വളർന്നതാണീമരം, കുഞ്ഞു ത-
യ്യായിളം കൈനീട്ടി വാങ്ങി വെയിലുണ്ടു,
താനേയുയർന്നു നിറഞ്ഞതാണീമരം. ■

## തടാകം

**ഏ**തെങ്കിലും രാത്രിയുടെ
ഏതെങ്കിലും നിശ്ചലയാമത്തിന്റെ
നിഗൂഢമായ തിരിവ്
മാന്ത്രികസന്ദേശത്തോടെ
എന്നെ തട്ടിയുണർത്തുമ്പോൾ
വാതിൽക്കലൊരാൾ
എത്തിക്കഴിഞ്ഞുവെന്ന്
ഞാനറിയാറുണ്ട്.

ആ ആജ്ഞയാൽ നിയന്ത്രിക്കപ്പെട്ട
വിരലുകൾ
വാതിൽ തുറക്കുന്നു
കാൽവെയ്പ്
ആ ആജ്ഞയെ പിന്തുടരുന്നു.

പിന്നെ
തടാകത്തിന്റെ വക്കിൽ
യാത്ര നിലയ്ക്കുമ്പോൾ
എന്റെ അരികിലാമുഖം
ഞാൻ കണ്ടിട്ടില്ലേ?

പുകമഞ്ഞിന്റെ കനത്ത ചുരുളല്ല
നെറ്റിയിലേക്കൂർന്ന നരച്ച മുടി
കണ്ണുകളല്ല.

ശാരദാകാശത്തിലെ,
മഞ്ഞിൽക്കുളിച്ച നക്ഷത്രം?

'ആരെ'ന്ന അന്വേഷണം
എന്റെ ചുണ്ടുകളിൽ
നേർത്ത വിറയായി
പരിണാമം കൊള്ളുമ്പോൾ
പുതച്ച വെണ്മേഘപ്പട്ടിൽനിന്നും
ഒരു കൈയെന്റെ
നെറ്റിയിലണഞ്ഞിട്ടില്ലേ?

അപ്പോഴെല്ലാം
രാപക്ഷികളുടെ ചിറകൊച്ചപോലെ
ഇളനിലാവു തെളിയുമ്പോലെ
നിശാബദ്ധമായ ഒരു പ്രസാദം
ഒരു ചിരിയായി എന്നെ
വലയം ചെയ്തിട്ടില്ലേ?

അതെന്റെ കണ്ണിന്റെ
മഴയായത്തീരുമ്പോൾ
തടാകത്തിന്റെ വാതിൽ
ചില്ലുകളുടെ സംഗീതതരംഗത്തിൽ
പൊട്ടിത്തുറക്കാറില്ലേ.

നീയും വരുമോ കൂടെ
എന്നോർത്ത് നോക്കുമ്പോഴാവട്ടെ
എന്റെ കണ്ണുകളെന്നെ
വല്ലാതെ ചതിക്കുന്നതായി
ഞാനെന്നുമറിയാറില്ലേ?

എന്നോ ഒരിക്കൽ
തടാകത്തിന്റെ വാതിൽ തുറക്കുമ്പോൾ

ഉള്ളിൽനിന്ന്
ആ കരങ്ങൾ എനിക്കായി നീളുമെന്നും
ഇരുട്ടിന്റെ വെളിമ്പുറങ്ങളിൽനിന്ന്
ഞാനാ കരവലയത്തിലേക്കു
കുതിക്കുമെന്നും
പിന്നെ
വെളിച്ചമല്ലാതെ ഒന്നുമുണ്ടാവില്ലെന്നും
എനിക്കെന്തുകൊണ്ടോ
തീർച്ചയായും അറിയാം. ■

## നഷ്ടം

**ഇ**ത്തിരി മങ്ങിയ വെട്ടം മാത്രം
ചുറ്റിനുമിത്തിരി, നീളം
മാത്രം വഴികൾ-
ക്കിവിടം വിട്ടാലെവിടേക്കെന്നു നിനയ്ക്കെ-
ത്തന്നെ നടുക്കം തോന്നുന്നൂ
ഞാനിത്തിരിയിവിടെ നടപ്പവരോടു
കലർന്നു നടപ്പൂ.
വീണ്ടുമൊരേ വെട്ടത്തിലതേപടി
ചുറ്റിച്ചുറ്റി നടപ്പൂ.

വീണ്ടും വീണ്ടുമൊരേ വഴി തന്നെ.
കേൾക്കാമതിദൂരത്തിൽനിന്നൊരു
ശബ്ദം വീണ്ടും വീണ്ടും
പേരു പറഞ്ഞു വിളിപ്പൂ; പോരൂ
പോരൂ, പോരൂ
നിന്നെത്തന്നെ വിളിപ്പത്
പോരൂ, ഭീതികൾ താണ്ടി-
പ്പോരൂ, നാളും
നാഴികയും പൊയ്പ്പോകുന്നല്ലോ.

ഈ വെട്ടത്തിൻ വക്കിലൊരല്പം
ശങ്കിച്ചുടനെ, 'വേണ്ടെന്നു'ള്ളു-
കലമ്പിത്തിരിയേ
കിടിലംകൊള്ളും ഹൃദയം

കൊട്ടിയടച്ചു
നടക്കുന്നൂ ഞാ-
നീവെട്ടത്തിൻ വഴികളിലിത്തിരി
യിവിടെ നടപ്പവരോടു കലർന്നു നടപ്പൂ.

ഇത്തിരിവെട്ടം ചുറ്റിനു-
മൊരു കവചം പോൽ
'ഇതു വിട്ടെങ്ങും വയ്യെ'ന്നകമേ
പേർത്തുമുറച്ചു പറഞ്ഞു
നടുങ്ങിയൊതുങ്ങി-
യൊളിച്ചു നടക്കുന്നൂ ഞാൻ.

വീണ്ടും കേൾക്കാകുന്നൂ ചാരെ-
ക്കരളിന്നകമേ, പോരൂ
നിന്നെത്തന്നെ ഞെരുക്കിയൊടുക്കും
നിന്നുടെ കവചം. പൊട്ടിച്ചുടനേ
പോരൂ.
നാളും നാഴികയും പൊയ്പ്പോകുന്നല്ലോ.

പോരൂ, നിന്നെത്തന്നെ വിളിച്ചത്
ഭീതിക്കെട്ടുകളൊക്കെയറുത്തു കളഞ്ഞു
ചവിട്ടിമെതിച്ചു കുതിച്ചു കടക്കൂ-
നാളും നാഴികയും പൊയ്പ്പോകുന്നല്ലോ. ■

## സാഫല്യം

ഒടുവിലല്ലയോ പ്രളയം?
എങ്ങനെ തുടക്കമില്ലാതെ
ഒടുക്കമായിടും?

ഒടുവിലല്ലയോ മരണം?
എങ്ങനെ പിറന്നു പാർക്കാതെ
മരണമായിടും?

വഴിതീർന്നാലല്ലേ വിട? വഴി പിണ-
ങ്ങിടാതെ, ആർ, എങ്ങു
വിട പറഞ്ഞിടും?

കരയുന്ന കണ്ണിന്നറിവാണു കാഴ്ച
കുറച്ചു നോവാതെ
അറിവെങ്ങുവരും?

തിരുമൊഴിയൊന്നു
പറഞ്ഞു കേട്ടതാ-
ണിവിടെയുണ്ടെല്ലാം
ഈയന്തരീക്ഷത്തിൽ

കരഞ്ഞാലേ കണ്ണു-
തെളിയുകയുള്ളൂ
തെളിഞ്ഞാലേ കാഴ്ച
അറിവായ്ത്തീരുള്ളൂ.

അറിഞ്ഞാലേ കയ്യി-
ലെടുക്കുവാനാവൂ
എടുത്താലേ പറ്റൂ തുടങ്ങുവാൻ
പിന്നെ
തുടങ്ങിയേ പറ്റൂ

നിറവേറ്റീടുവാൻ
ജനിച്ചു ജീവിച്ചു
ഫലിച്ചാലേ പറ്റൂ.

മരിച്ചുപോകുവാൻ
മരിച്ചാലേ പറ്റൂ-
തിരുവരുളേവം:

തികഞ്ഞ ധാന്യത്തി-
നൊടുക്കത്തിലത്രെ
വിളഞ്ഞുമുറ്റുന്ന-
തൊരു കതിർക്കുല.* ■

---

* ആമേൻ, ആമേൻ, ഞാൻ നിങ്ങളോടു പറയുന്നു: ഗോതമ്പുമണി നിലത്തു വീണു ചാകുന്നില്ല എങ്കിൽ അതു തനിയേ ഇരിക്കും; ചത്തു എങ്കിലോ വളരെ വിളവുണ്ടാകും. (യോഹന്നാൻ, 12:24, പുതിയ നിയമം)

## ഒറ്റച്ചുവട്

**അ**കലമാണൊരു ചുവടകലമാണി-
ന്നവിടുത്തെ വീട്ടുപടിക്കലേക്ക്...
ക്ഷീണമായേറെ ഞാനെത്ര നാളായ്
കാണിക്ക ചുമടായ് ചുമക്കയാണ്.
വരണമെത്തേണമക്കാൽക്കലായി
തരണമീ കാണിക്ക മുഴുവനായി.
എന്നോ വിളയിച്ച ധാന്യമല്ലീ
മുന്നേ നടന്നവർ തന്നുവെച്ചൂ.
കൊത്തിയിളക്കി മറിച്ചുഴുതും
കട്ടയുടച്ചും നിലമൊരുക്കി
അതു പാകി, മിഴിനീരു പെയ്തിറക്കി
പതിവായുറക്കം കളഞ്ഞു കാത്തു.
പതിരൊന്നുമില്ലാത്ത നൊമ്പരങ്ങൾ
കതിരിട്ടതൊക്കെയും കൊയ്തെടുത്തു.
തെരുതെരെയെല്ലാം മെതിച്ചുകൂട്ടി-
യൊരു നൂറുമേനി തികച്ചെടുത്തു.
വരണ, മെന്നുയിരിന്റെ നേർച്ചയായി
തരണമീ നേട്ടങ്ങൾ മുഴുവനായി.
എത്ര നടന്നൂ കണക്കറിവീ-
ലെത്ര കാലങ്ങൾ മറിഞ്ഞുപോയി.
വെയിലെത്തിയെന്നെക്കടന്നുമാറി
ഇരുളും നിലാവും മറഞ്ഞുപോയി

ഒരുനാളൊരുനാളിതളടർന്നൂ
വരിഷങ്ങളേറെപ്പൊഴിഞ്ഞകന്നൂ
ഒരുനാളൊരുനാളില പഴുത്തു
വരിഷങ്ങളോർക്കാതടർന്നുവീണു.
അപ്പൊഴുമൊരു ചുവടകലമെന്താ-
ണെപ്പോഴും തീരാതെ ഞാൻ വലഞ്ഞു?
അവിടുത്തെ സദനവുമെന്റെ കണ്ണീർ
കവിയുന്ന ഹൃദയവും തമ്മിലായി
അകലമീ നക്ഷത്രരാശിയൂടെ
വെറുതെയൊരു ചുവടെന്നറിവൂ.

ഒരു ചുവടൊറ്റച്ചുവടുമാത്രം
അരുളിന്റെയൊറ്റക്കുതിപ്പുമാത്രം. ■

## അസംഗം

ഇപ്പോഴാകട്ടെ നമുക്കിടയ്ക്കായി
വൻകടലെന്റെ കണ്ണീരുപോലെ.
ഞാനൊരു കൊച്ചുമീനായിരുന്നാൽ
നീന്തിയക്കരെ വന്നിരുന്നേനേ.
രണ്ടുപേർക്കുമിടയ്ക്കല്ലി നീല-
വണ്ടുപോലെ മിനുങ്ങുമീ വാനം.
നിന്റെ പുഷ്പകം നിന്നെയും പേറി-
ക്കൊണ്ടുപോ,യെനിക്കില്ലൊരു യാനം.
ഞാനൊരു കൊച്ചുപക്ഷിയാണെങ്കിൽ
വാനചാരിയായങ്ങു പോന്നേനേ.
എന്തിനോ നിന്നെയോർത്തിരിക്കുന്നു
ചിന്ത നിന്നെച്ചുഴന്നുനില്ക്കുന്നു.

ആരുമില്ല നീ വാഴും ഗൃഹത്തിൽ
കാലു കുത്തുവോരാരു വന്നാലും
ഇല്ല വാഴ്‌വിതി,ലാർക്കുമെല്ലാരും
വന്നപോലെയിറങ്ങിത്തിരിക്കും
ഞാനുമോരോന്നു ചിന്തിച്ചുനില്ക്കും
ജീവിതത്തിൻ വഴിയിതെന്നോർക്കും.
എന്തിനോ നിന്റെ കാലടിവെപ്പിൻ
സുന്ദരരാഗതാളങ്ങളോർക്കും.
എന്തിനോ നിന്റെ ശുഭ്രസ്മിതത്തിൻ
മിന്നലോർത്തു നടുങ്ങിത്തെറിക്കും.

നീലവാനിന്നു കീഴിലായ് നിന്നെ-
പ്പോലെയാരുമി,ല്ലാരുമേയില്ല
മഞ്ഞുമൂടിയ താഴ്‌വരയിൽ
വന്നതാണിങ്ങു നിന്നെയും തേടി.
എത്ര ജന്മം കടന്നാണൊടുക്ക-
മെത്തി നിന്റെയീ ക്ഷേത്രാങ്കണത്തിൽ
ഒന്നു കണ്ടു മറഞ്ഞു നീ പിന്നെ-
യൊന്നുമില്ലയീക്ഷേത്രത്തിനുള്ളിൽ
ഇപ്പോഴാകട്ടെ നമുക്കിടയ്ക്കായി
വൻകടലെന്റെ കണ്ണീരുപോലെ.
ഈ വിരഹാബ്ധി നീന്തിക്കടന്നു
പോരുവാനെനിക്കെന്നു സാധിക്കും?
എന്തിനായ് വന്നു നീയൊന്നു മിന്നി-
യെന്നിരുട്ടിനു കാളിമകൂട്ടി?

പാടിയ നല്ല ഗാനങ്ങളെല്ലാം
നിന്റെ മാത്രം സ്തുതിയായിരുന്നു.
പാടുവാനിനിയുള്ള ഗാനങ്ങൾ
നിന്റെ മാത്രം സ്തുതിയായിരിക്കും.
രണ്ടുപേർക്കുമിടയ്ക്കു ഞാൻ കാൺമൂ
വണ്ടുപോലെ കറുത്തൊരീ വാനം.
പുഷ്പരമ്യം, ഭവാനെഴുന്നള്ളും
പുഷ്പകം പോയ്മറഞ്ഞതിൽപ്പിന്നെ
വന്നതില്ല, വരികയുമില്ല,
വിണ്ണിൽ വേറെയൊരാകാശയാനം.

ഹാ, മിഴി ശരമായിരുന്നെങ്കിൽ
വാനിടം തുളച്ചങ്ങു പോന്നേനേ
നിന്നെയൊന്നു ഞാൻ കണ്ടിരുന്നേനേ
കണ്ടു കണ്ടെന്റെ കണ്ണടഞ്ഞേനേ. ■

## പടി

**ആ**രോ പറഞ്ഞു: ''പടി തുറക്കൂ
വേഗമാകട്ടെ, മഴ വരുന്നു.''

ചാരെയുണർന്ന കരിമ്പനകൾ
കൂടെപ്പറഞ്ഞു: ''പടി തുറക്കൂ.''

ആഞ്ഞൊന്നു വീശിത്തിരിഞ്ഞു വന്ന
കാറ്റും പറഞ്ഞു: ''പടി തുറക്കൂ.''

കൂടെയിരമ്പുമിടിമുഴക്ക-
മേറ്റു പറഞ്ഞു: ''പടി തുറക്കൂ.''

കാതായുണരുമുടലു കേട്ടു.
കാളും വിളക്കിന്നൊളി വിറച്ചു.

പാടെയുണരുന്ന ദൃഷ്ടിയമ്പായ്-
പ്പോയിത്തറഞ്ഞൂ പെരുംതമസ്സിൽ.

കാലനങ്ങീലാ, കരവുമെന്നാ-
ലാകെ നടുങ്ങീ മനസ്സു മാത്രം.

ഇല്ലിമുള്ളിൻ പടിക്കപ്പുറത്തായ്
മെല്ലെയൊരൊറ്റ നിഴലനങ്ങീ
കണ്ണായുണരുമുടലു കണ്ടു
മൺവിളക്കിന്റെയൊളി വിരണ്ടൂ.

വന്മഴ പെട്ടെന്നു പൊട്ടിവീണു
മണ്ണിന്റെ ഞെട്ടും മണമുയർന്നു.

ഓടി മഴയിൽപ്പടി തുറക്കാൻ
ഞാനുമെന്നുള്ളം തകർത്ത കാറ്റും
പട്ടകൾ, കാരിരുൾക്കൈകൾ കൊട്ടി-
പ്പൊട്ടിച്ചിരിച്ചൂ കരിമ്പനകൾ:

''പോകൂ തിരികെക്കഴിഞ്ഞുപോയീ
പോയി നിൻ ഭാഗ്യം കടന്നുപോയീ.''

മുന്നിലെയില്ലിപ്പടി മലർന്നൂ
പിന്നെയോ ശൂന്യം വഴി കിടന്നൂ. ■

## ഗീതസന്ധ്യ

**ദൂ**രെയകന്നുകഴിഞ്ഞു
ശബ്ദസമുദ്രം:

മൗനതടത്തിൽ, ഛായാശയ്യയി-
ലിത്തിരി വിശ്രമ,-
മീ മൗനത്തിനെയുജ്ജ്വലമാക്കാ-
നൊരു മൃദുഗാനവു-
മിരുവഴി കൂടിയ
സന്ധ്യ മറക്കാനാമോ?

ഗോധൂളീപടലമുയർന്നു
മറഞ്ഞൊരു താരക-
ക്കണ്ണു തിരുമ്മിമിഴിക്കുവതോളം
നീഹാരാർദ്രതമസ്സിലുണർന്നരി-
മുല്ല നിനച്ചു ചിരിക്കുവതോളം
പശ്ചിമദിക്കി-
ന്നരുണവിഷാദം പാടൂ.

പിരിയണ,-
മെന്നാലീ സന്ധ്യ മറക്കാനാമോ?

പിരിയും മുമ്പായ്
ഗഗനതലത്തിൽ
ഗോധൂളി പടർത്തിയ
രാഗൈശ്വര്യം പാടൂ.

മഞ്ഞുനനഞ്ഞു വിരിഞ്ഞൊരു
മുല്ലപ്പൂവിൻ തരുണവികാരം പാടൂ.

നിലനില്പിന്റെ നിരാലംബതയിൽ
നീയൊരു വിസ്മയമല്ലോ.

നിന്മിഴി നനവോലുന്നു
സുന്ദരമധരം വിറകൊള്ളുന്നു
നിൻ ഹൃദയത്തിൻ കമ്പിയിലേതോ
ചൈതന്യം കുടികൊള്ളുന്നു.

കരിയില വീഴും കാറ്റിൽ
മൗനം തെല്ലുടയുന്നൊരു കാറ്റിൽ
നഷ്ടപ്പെട്ടു കഴിഞ്ഞൂ ഞാൻ
ഈ സന്ധ്യ മറക്കാനാമോ? ■

## മഴ

**മ**ഴ പെയ്തു
മഴയോടൊപ്പം സ്മൃതിയും
നിലവും നിനവും
നനവാർന്നൂ, കോടക്കാറേ
ഇനിയും പെയ്യൂ ദുഃഖം
പെയ്യൂ, മൃദുലതമസ്സേ
പെയ്തൊഴിയൂ, ഞാൻ
നിലകൊൾവൂ നിങ്ങൾക്കായി.

ഞാനേല്ക്കാം നിങ്ങളെ-
യെൻ മണ്ണുകളോ
പാടെക്കുതിരും
കണ്ണീരിൻ ചാലുകളൊഴുകും പാടും
പെയ്തൊഴിയൂ
ഓരങ്ങൾ നിറയെച്ചിരിതൻ
തയ്യുകൾ പൊങ്ങും
പെയ്തൊഴിയൂ...
പെയ്യൂ, ഞാനീ ജലധാരകളിൽക്കുതിരാം.
ആയിരമായുണരാമെന്നിൽ ജീവൻ
കോടക്കാറേ
ഇനിയും പെയ്യൂ ദുഃഖം
പെയ്യൂ മൃദുലതമസ്സേ!
പെയ്തൊഴിയൂ
ഞാൻ നിലകൊൾവൂ നിങ്ങൾക്കായി.
മഴ പെയ്തു
മഴയോടൊപ്പം സ്മൃതിയും. ■

## തുടർച്ച

എന്തു നീ സൂക്ഷിപ്പതെന്റെതായ് ജീവനി-
ലെന്നു പറഞ്ഞുതരുന്നതെന്നാണിനി?
എന്നുള്ളിലാട്ടെ നിറയെ: നിൻ നെറ്റിമേൽ
ചിന്നും മുടിയുടെ ധൂർത്തും മിനുസവും
നിന്റെ നിറത്തിൻ കുളിരുറ്റ രാത്രിയും
നിന്റെ കൈപ്പത്തിതന്നീർപ്പവും ശങ്കയും
ചൂടും സലജ്ജമാം നേർത്ത ചിരിക്കെഴും
ദൂരവും പിന്നെയോ ധ്യാനാത്മകങ്ങളായ്
നമ്മളെച്ചുറ്റിപ്പൊതിഞ്ഞ മൗനങ്ങളും
നമ്മിൽത്തികഞ്ഞൊരറിവിന്റെ ശാന്തിയും.

ജീവന്റെ ചിത്രനിധിശേഖരത്തിലുൾ-
ച്ചേരുന്നിതത്രയുമേറെയുമാകയാൽ
തീരെയുമില്ലയെനിക്കിതിൽസ്സംശയം-
കാണാം നമുക്കിനി ജന്മാന്തരങ്ങളിൽ. ■

## മൗനം

**വാ**ക്കുകളില്ല.
വെളുത്തുവിരിഞ്ഞൊരു
പൂക്കളിതാ വഴിവക്കിൽ. പിന്നെ,
വീണ പഴുക്കില പൊന്നാകുന്നൂ
പാതയിൽ, ആകെയകം നിറവോളം
വെയിലൊരു വീഞ്ഞായ് അകലെ... തങ്കം
വയലിൽ കാഞ്ഞു കനച്ചുകിടപ്പൂ.

ഇത്തിരി മെല്ലെ നടക്കൂ, നിന്നോ-
ടൊത്തെൻ ചുവടുകളെത്തീടട്ടെ
ഇത്തിരി കണ്ണു തിരിക്കൂ, നിന്നോ-
ടിത്തിരിയുള്ളൂ തുറന്നീടട്ടെ.

വാക്കുകളില്ല.
തിരിഞ്ഞു പതുക്കെ
നോക്കിത്തൻ കൈനീട്ടുന്നൂ നീ
വഴിയോരത്തെ പൂത്ത വിശുദ്ധിയി-
ലതുപോലുണരും നിന്നുടെ ചിരിയിൽ
അലിയുകയാണെൻ കരളിന്നിരുളുക-
ളകലുകയാണെൻ സന്താപങ്ങൾ.

ചേർക്കുന്നൂ കൈ കൈയിൽച്ചുവടുകൾ
ചേർക്കാനോർത്തു നടപ്പൂ നമ്മൾ. ■

## വാഗ്ദാനം

എന്തൊരു കൊടുംവെയിൽ
ഉച്ച, ആന്തരാഗ്നിയിൽ
വെന്തെരിഞ്ഞീടും ഹൃത്തിൻ
മാസ്മരമാകും ഭ്രാന്തും.

നീ വരും 'വരു'മെന്ന
വാക്കിനെ ധ്യാനിച്ചു ഞാൻ
ആ വഴിവക്കിൽ കാത്തു
കാത്തുനിന്നൊരു നേരം.

വണ്ടിക്കാത്തിരിപ്പിന്റെ
താവളമതു നമ്മൾ
കണ്ടുവെച്ചിരുന്നതാം
പ്രേമസംഗമസ്ഥാനം.

അന്നു യൗവനമാളി-
ക്കത്തിനിന്നതാം നേരം
അന്നു പൊൻകിനാക്കളാൽ
ദൃഷ്ടിമൂടിയ നേരം.

നീ വരും, 'വരു'മെന്ന
വാക്കിനെയാക്കണ്ണിലെ
വാക്കിനെക്കാളും തീർച്ച
കൂടിയ വാഗ്ദാനത്തെ

ഓർത്തുനിന്നു ഞാനെന്റെ
ജീവനേ, നിന്നെത്തന്നെ
ഓർത്തുനിന്നു, ഞാനന്യ-
ചിന്തയൊന്നറിയാതെ.

അങ്ങനെ പകൽ ചാഞ്ഞു
ഞാനറിയാതെതന്നെ
മങ്ങുകയായീ മിഴി
വറ്റിപോൽ അതിൻവെട്ടം.

അപ്പോഴാണല്ലോ തിടു-
ക്കത്തിലെത്തി നീ പെയ്യാൻ
'ഇപ്പൊഴിപ്പൊഴേ'യെന്നു
വിങ്ങുന്ന മേഘംപോലെ.

'അത്ര വൈകിയോ ഞാനി-
ങ്ങെത്തുവാൻ?' നിന്നാകാംക്ഷ:

'ഇത്രയും പെട്ടെന്നെന്തേ
നിന്മുടി നരയ്ക്കുവാൻ?
തീർന്നതിത്തിരിനേരം
മാത്രമല്ലയോ ചൊല്ലൂ
തീർന്നൊരിത്തിരിനേരം
തീർന്നതൊരായുസ്സെന്നോ?'

ഞാനതു കേട്ടു; നിന്റെ
നെഞ്ചിലേ മുഖം ചേർത്തെൻ
കണ്ണുനീരൊളിപ്പിച്ചു
കളഞ്ഞൂ, ചിരിച്ചേറ്റൂ.

ഞാനറിഞ്ഞീലാ നീയു-
മിപ്പൊരുളറിഞ്ഞീലാ
ഹാ, നമുക്കിരുപേർക്കും
വേറെ വേറെയാം കാലം.

എങ്കിലും പിരിയുവാ-
നെങ്ങനെ പൊടുന്നനെ
നിങ്കലുണ്ടല്ലോ മുന്നേ-
പ്പോലെതന്നെയെൻ പ്രീതി.

വണ്ടിക്കാത്തിരിപ്പിന്റെ
താവളം. അതേ വീണ്ടും
പണ്ടു നാം കുറിച്ചിട്ട
പ്രേമസംഗമസ്ഥാനം.

എന്തൊരുന്മാദം പൂണ്ട
സന്ധ്യ ആന്തരാഗ്നിയിൽ
വെന്തെരിഞ്ഞൊടുങ്ങിയ
തീവ്രമാമൊരായുസ്സും. ■

## സന്ദർശനം

**എ**ന്റെ വസതിയിലെത്തിപ്പലകുറി
നിന്റെ പാദങ്ങൾ പതിഞ്ഞുവെന്നാകിലും
വന്നു പോകുമ്പോളിടയ്ക്കെന്റെ ദൃഷ്ടിയി-
ലൊന്നു നിൻ ഛായ തടഞ്ഞുവെന്നാകിലും
എന്റെ മുന്നിൽത്തന്നെനിന്നു നീയെന്തിനോ
നിന്റെയാ നല്ല ചിരി തൂകിയെങ്കിലും
കണ്ടതിന്നാണ് ഞാൻ നിന്നെയെന്താണിതിൻ
ബന്ധമെൻ കണ്ണു നിറഞ്ഞു കുളിർത്തതും?

ആ നടപ്പിന്റെ താളങ്ങളിലുണ്ടൊരു
കാട്ടുനീർച്ചോലയൊഴുക്കിൻ പ്രസന്നത
ചാരുഹാസത്തിൽ കലർപ്പറ്റിണങ്ങുന്ന
മാധുരിയൊത്തു കലർന്നതാം ദീപ്തിയും...
ആർദ്രം ജ്വലിക്കുന്ന സൗമ്യമാം കൺകളിൽ
താരങ്ങളുറ്റു തെളിഞ്ഞതുമാതിരി.
ഏതോ തുലാക്കോളു നേർത്തു തീരുന്നതാ-
മാനന്ദഘോഷം തുടിക്കയാണൊച്ചയിൽ.
അൻപുമലിവും നിറഞ്ഞാ മുഖമൊരു
നന്മയടിമുടിയുള്ളതുമാതിരി
നില്ക്കയാണെന്നോ സ്വയം മറന്നിങ്ങനെ
നിർന്നിമേഷം നിന്നെ നോക്കി ഞാനെന്തിനോ?
നിന്നെച്ചമച്ച ജഗദീശ്വരനൊന്നു
പിന്നെ നിനക്കുമെൻ നന്ദി ചൊല്ലട്ടെ ഞാൻ. ■

## സംഗമം

**ക**ണ്ടു ഞാൻ നിദ്രാധീനമെന്റെ കണ്ണുകളുടെ-
യടഞ്ഞ വാതിൽപ്പുറം, കറുത്ത നദിയുടെ
ശാന്തമായുറങ്ങുന്ന സ്വപ്നമഗ്നമാം തീരം
സാന്ദ്രമായിരുൾപ്പുകയിഴയും നീലാകാശം
അവിടെയിരുട്ടിന്റെ മഞ്ഞുപാളികൾ വീണ
മണലിലിരിക്കുന്നു രണ്ടുപേർ, നീയും ഞാനും.

എന്തിനോ വിഷാദത്തിൻ കനമായ് കൺപോളകൾ
മന്ദമായടയുന്നൂ സുന്ദരം നിൻ ദുഃഖത്തിന്റെ
നിറവും നിനവുമാസന്ധ്യകളടിയുന്ന
കൺകളുമാമെയ്യിന്റെ മൃദുവാം താളങ്ങളും.

കേട്ടു ഞാൻ മുഴങ്ങുന്ന നിന്റെയാ സ്വരം വീണ്ടും
കേട്ടു വിസ്മയംകൊണ്ടുദീപ്തമാം സത്യം, സ്വപ്നം.
പിന്നെ ഞാനുണർന്നപ്പോളൊന്നുമില്ലിരവിന്റെ
ഖിന്നമർമ്മരങ്ങളുമെന്റെ ഖേദവും ഞാനും. ■

## യാത്ര

**മു**ട്ടുകയാണെൻ ജനലിൽ, ഇതാരേ?
ഞെട്ടിത്തിരിയും നേരം
അന്തിക്കിരുളിൻ മുമ്പു തെളിഞ്ഞൊരു
വെൺതിങ്കൾക്കലപോലെ
ഒരു മുഖമുണ്ടെൻ ജനലിൽ, കണ്ണാൽ
'വരൂ നീ'യെന്നും ചൊല്ലി.
കാനനനിഴലിൽ തുള്ളി നടക്കും
മാനോ മിന്നൽപ്പിണരോ?
ശരദഭ്രത്തിൽ തനിയെ പാറിടു-
മൊരു വെണ്മേഘക്കീറോ?

എന്തായ് തീർന്നു ഹൃദയമറിഞ്ഞീ-
ലെന്താണീയെൻ ഹൃദയം?
എന്തു കുതിപ്പാണിന്നിതിനുള്ളൊരു
ബന്ധനമെല്ലാമറ്റോ?

മധുരമൊരക്ഷമയല്ലോ കേൾപ്പൂ:
''വരൂ നീ കൂടെപ്പോരൂ.
താനേ പോകുമൊരാളാണല്ലോ
ഞാനും നിന്നെപ്പോലെ.''

തീരും യാത്രകളെല്ലാംതന്നെ
ഒരു നാളെല്ലാം തീരും.

പിരിയും പല കൈവഴികളിലായി
പിരിയില്ലെന്നോർത്തോരും.
മധുരമൊരക്ഷമ, വീണ്ടും കേൾപ്പൂ:
''വരൂ നീയെൻ
കയ്യേൽക്കൂ.''

ചിറകേലുന്നൂ കാലുകൾ രണ്ടും
ചിറകേലുന്നൂ കരളും
ഉരുകിയലിഞ്ഞു മറഞ്ഞകലുന്നൂ
ചുവരുകൾ അതിരുകളെല്ലാം.

ഏതൊരു സന്ധ്യയിലണയും യാത്രയി-
തെവിടെച്ചെന്നെച്ചീടും?
ഇനിയൊന്നും ഞാനോർക്കുന്നീലാ
പോരുന്നൂ നിൻകൂടെ. ■

## കണ്ണും വഴിയും

**ഒന്ന്: കണ്ണ്**

മുന്നിലുണ്ടൊരു വഴി.
കണ്ണുകളതിൽ
പൂണ്ടു വീണതെപ്പൊഴോ
നേരമേറെയായ് കഴിഞ്ഞല്ലോ?
കണ്ണുകൾക്കെന്തേ
കാണാവേരുകൾ പൊടിച്ചതോ
വേരുകളെല്ലാം താനേ
താണുറച്ചതോ മണ്ണിൽ?
തീർന്നതെന്താവാം?
ദിനം, രാത്രി?
നീണ്ടൊരു ഋതു?
മാറിയും മറിഞ്ഞുമിങ്ങെത്തിയ
യുഗം, കല്പം?
എന്തിത്?
ഒന്നനങ്ങുവാനാവാതെ-
യുടൽ, ഒപ്പമുയിരും
കണ്ണിൻ വേരെ-
ന്നുയിരിൻ വേരാണെന്നോ?

**രണ്ട്: വഴി**

വാക്കുകൾ.
ഉദിക്കുന്ന കൊച്ചുസൂര്യന്മാർ
ഉടനസ്തമിപ്പവർ

പിന്നെയേകരശ്മിയാൽപ്പോലും
പിരിഞ്ഞൊരാകാശത്തെ
തിരിഞ്ഞേ തെറ്റുന്നവർ.

മറന്നു, ചുവടമ്പേ
പിഴച്ചുപോകുന്നവർ.

തീവ്രമാം ഖേദങ്ങൾക്കു
ഹേതുവായ് പൊലിപ്പവർ.

പഴുതേ
ശാപങ്ങൾക്കു പ്രേരണയാകുന്നവർ.

വാക്കുകൾ.
കാലത്തിന്റെ കൂട്ടുകാർ
മുഖച്ഛായ തീർത്തുമേ മാറ്റുന്നവർ
സ്വയമേ മാറുന്നവർ
അറിയാം, ചതിപ്പവർ.

വാക്കുകൾ
അഭാവത്തിൻ
കറുപ്പായ് മാറുന്നവർ
മൃത്യുവിൻ
ചിരന്തനസത്യത്തെ സൃഷ്ടിപ്പവർ. ■

# തെളിവ്

**എ**രിതീയടങ്ങും പടിഞ്ഞാറ്, വാനത്തി-
ലിരുളും ചുവപ്പിന്റെയുള്ളിൽ
പകലിന്റെ പൊലിയുന്ന മുഖമെന്നമാതിരി-
യകലുന്നൊരോർമ്മയെന്താവാം?

ചിരിയും കരച്ചിലും പങ്കിടാനെന്നൊടൊ-
ത്തൊരു നിഴലുണ്ടായിരുന്നോ?
പലതും പറഞ്ഞു രസം കലർന്നങ്ങനെ
കലരുന്ന കലയായിരുന്നോ?

തെളിവില്ല, തെളിവിനു മറ്റൊരാളേകുന്ന
മൊഴിയില്ല, തീർപ്പെനിക്കില്ല.
കേവലം കല്പിതമല്ലായിരിക്കണം
ജീവനിൽ ബിംബിച്ച ചിത്രം.
നിഴലെങ്കിലുരുവത്തെ വെടിയുമോ യാത്രയും
മൊഴിയാതെയൊന്നു നോക്കാതെ?
പ്രാണന്റെയൊരു തുള്ളി കണ്ണിൽത്തുളുമ്പാതെ
താണു മണ്ണിൽ പൊഴിയാതെ?

അഴലിന്റെ സാന്ദ്രത കുറയുന്നു മേഘങ്ങൾ
മഴകൊണ്ടുവന്നതു തീർന്നോ?
കഴികയില്ലൊരുനാളുമെന്നു ഞാനോർത്തൊരാ-
മഴ, മെല്ലെ, മെല്ലെത്തുവർന്നോ?

മിഴിയിൽക്കറുത്തേ മറയുന്നു മറവിപോൽ
വഴിയും നിഴലിന്റെയൊപ്പം. ■

## സമ്മാനം

**ക**നലുകളാറി-
ത്തണുത്ത രാത്രിയിൽ
പൊതിഞ്ഞു ഞാനിതാ
തരുന്നു:

ശാരദനിലാവു തൂകിയ
നിഴലുകളകം
നിറഞ്ഞൊഴുകുന്ന
പ്രപഞ്ചരാഗമീ-
പ്പകലിൻ ചില്ലവി-
ട്ടുതിർന്ന വാക്കുകൾ.

ഒരു പാൽച്ചെമ്പക-
മുകുളമായെന്റെ
മനസ്സിൽ പൂത്തതാം
രഹസ്യവും കൂടി-

കനലുകളാറിക്കുളിർന്ന രാത്രിയിൽ
പൊതിഞ്ഞെടുത്തിതാ
തരുന്നു, ചൊല്ലുകെൻ
ചെറിയ സമ്മാനം

നിനക്കു പറ്റുമോ?
നിനക്കു പറ്റുമോ? ■

## ഉദയഗീതം

**വെ**റുതെ കുറിക്കുന്നേൻ
തെല്ലിടയിരുന്നെന്റെ
ചെറുതായ് തുടികൊട്ടും
ഹൃദയത്തിനെപ്പറ്റി:

നൂതനബോധോന്മേഷം
പുലരും ഹൃദയത്തി-
ന്നാദി ശൈലത്തിൻ തമസ്സാർന്ന
കാന്താരങ്ങളിൽ
ആരു കണ്മിഴിക്കുന്നൂ
പറയാനാവില്ലെനി-
യ്ക്കാരുടെ തിളക്കത്തിൻ
തൂമഞ്ഞു നിറയുന്നൂ?

ആരുമില്ലല്ലോ കേൾപ്പൂ
പിന്നെയും വെറുതെയീ-
ത്താരുകൾ ചലിപ്പിച്ചു
പോകുന്ന പാദധ്വാനം.

വെറുതെയൊരു തോന്നലത്രയേയുള്ളൂ.
പെട്ടെന്നറിയാതുണരുന്നൂ
നവ്യമായൊരു ലയം.

ഏതൊരാശിസ്സെൻ നെറ്റി തൊട്ടുപോയ്?

അതിനാലേ ചേതന ജീവൻ കൊണ്ടു
തിളങ്ങും കനലായി?

കാഴ്ച മാറിപ്പോയ്, കാതു മാറിപ്പോയ്
വിചാരത്തിൻ താഴ്ചകളുയർച്ചകളത്രയും
മാറിപ്പോയീ, വെറുതെയോർത്തത്ഭുതം
കൊള്ളുന്നേനാരെക്കുറി-
ച്ചറിയാൻ ബോധത്തിന്റെ
സ്പർശിനിയുഴറുന്നൂ?

വെറുതെ കുറിക്കുന്നേനിങ്ങനെ
യറിയാതെ,യറിയും ഹൃത്തിൻ
ദൃഢബദ്ധരാഗത്തെപ്പറ്റി. ■

## വിഡ്ഢി

മൺകുടം തട്ടിച്ചരിഞ്ഞു നീരത്രയും
വങ്കത്തമെന്റേതു മാത്രമസംശയം
നാടിൻ നടുവേ നടവഴിയിൽക്കൊണ്ടു
നേടിവെക്കാമോ ചിതറുമുരുപ്പടി?

പാതയിൽക്കാത്തു സൂക്ഷിച്ച വങ്കത്തവും
നീരു നിറച്ചതിൻ വ്യർത്ഥതകൂടിയും
ആർദ്രമായ്, എന്നാൽ ഹസിച്ചുകൊണ്ടങ്ങനെ
തീർത്തു ചൊല്ലുന്നു നീ കേൾക്കുന്നതുണ്ടു ഞാൻ
പേടിയാം കണ്ണിണ താഴ്ന്നു ഞാൻ നില്ക്കയാം
നീ വന്നു നില്പതെൻ മുന്നിലോ പിന്നിലോ?

എന്റെ മണ്ണിൻകുടം തട്ടിയുടയ്ക്കുക
നിന്റെ പൊട്ടിച്ചിരി കേട്ടിടാം ഞാനതിൽ
പേടിയാം കണ്ണിണ ചെറ്റൊന്നുയർന്നിടാം
തേടും നിഴലതിൽത്തെല്ലൊന്നിടഞ്ഞിടാം
എന്നരികേ നീ ചിരിക്കുകിൽ, വിഡ്ഢിയാ-
മെന്നെ മറന്നൊന്നു ഞാനും ചിരിച്ചിടാം. ■

## ചാരം

**അ**ങ്ങനെയിരിക്കുമ്പോൾ
തനിയേ
പകലിന്റെ
ചൂടണഞ്ഞുപോയ്, പിന്നെ
സാന്ദ്രമായ് ഉയിർക്കൊണ്ടു രാത്രി
ഈ കാട്ടിൽക്കാഞ്ഞ
ചുള്ളികളൊരു കാറ്റിലുരസി-
ത്തീയെമ്പാടും ചിതറീ;
ചൊല്ലറ്റുമെൻ
ചിന്തയേ മറഞ്ഞുമി-
ന്നിവിടെ സ്വയം കത്തി-
പ്പൊടിഞ്ഞു നീറായ്! എന്നാൽ
എങ്ങനെ
ചാരംപാടേ കുതിർന്നൂ?
കനിവിന്റെ-
യൊറ്റ മേഘവും കണ്ടീലെന്തു പെയ്തുവോ വാനം?
ഇച്ചിത
ജലംകൊണ്ട വിത്തുപോലുയിർക്കാനെ-
ന്തിങ്ങനെയുറപ്പാകും
ഭൂമിയിൽ വേരോടാനും. ■

## നിമജ്ജനം

**ഉ**ള്ളിലിരിക്കുന്നതൊഴികെയൊരുത്തന്നു
വേറെയെന്തീടിരിപ്പിനിയാരുമായി
ഞാനതു പങ്കുവെയ്ക്കുവാനില്ല.

മഴയത്തു പൊങ്ങിപ്പതഞ്ഞുമറയുന്ന
മലവെള്ളമെന്നപോ-
ലകലുന്ന തുണയാളർ
അവരെന്നെ സൂക്ഷിക്കുമെന്നോ?

ഉള്ളിലെല്ലാമൊതുക്കുന്ന കടലൊന്നു
ദൂരെയുണ്ടെവിടെയോ
ഞാനതിൽപ്പകരുമെൻ
ഹൃത്തിന്റേതായുള്ളതെല്ലാം.
അതിനേയും തേടിഞാ-
നെത്തിയതിവിടെയീ-
യാളറ്റ കടവിലാ-
ണിനിയിങ്ങിരിക്കട്ടെ മെല്ലെ.

ഏതുമുൾക്കൊള്ളുന്ന
നീരിന്റെ കരുണയി-
ലാഴിയിലെത്തുമീ ഞാനും.

നദിയുടെ മന്ത്രിജപത്തിലിരുളാണ്ട
കടവിലെൻ തനിമയിൽ,

കലുഷശബ്ദങ്ങളമർന്നു ശമിച്ചതിൽ,
ഓർത്തറിയട്ടെയിന്നെല്ലാം.

വെറുതെ
എന്നാദ്യത്തിൽ ഞാനാണ്ട നിദ്രകൾ
ഉണരുമ്പൊഴുയിരിനെ
നിറവേറ്റുമുദയങ്ങൾ
അറിവുപോൽ തെളിയുന്ന
തീക്ഷ്ണമാമുച്ചകൾ
നുരയുന്ന ചഷകമായ്
ചുണ്ടോടടുക്കുന്ന
സാന്ധ്യലഹരികൾ

അന്ധകാരത്തിന്റെ തിരകളിലുഴലുമ്പൊ-
ഴന്തഃരംഗത്തെപ്പുണർന്ന നീരാളികൾ
ഉള്ളിൽത്തടഞ്ഞ നിറങ്ങൾ
അറിയാതെ
മെല്ലെത്തെളിഞ്ഞ കിനാക്കൾ
ഉണങ്ങാതെ
ചീഞ്ഞു വിഷം ചുരത്തീടുന്ന നോവുകൾ.

എല്ലാമൊഴുക്കട്ടെ,യെല്ലാം.
പുഴയിലെൻ
ജീവനെത്തന്നെയൊഴുക്കട്ടെയിന്നു ഞാൻ. ■

## രണ്ടാം പിറവി

**അ**വിടുന്നലിവാലെൻ
നെറ്റിമേൽ കൈചേർക്കെയെൻ
കവിയും ഹൃത്തിൻ
ശോണരോദനം നിലയ്ക്കുന്നൂ.

അവിടുന്നലിവാലെൻ
കൺകളിൽ തൃക്കൺചേർക്കേ
കടലായലതല്ലുമെന്റെ
നോവൊതുങ്ങുന്നൂ.

അമ്മതൻ നെഞ്ചിൽപ്പാലുണ്ടുറങ്ങു-
മിളംപൈത-
ലെന്നപോലവേയെന്റെ
ജീവനങ്ങയിൽച്ചാഞ്ഞു
കല്മഷമകന്നതായ്
ചിന്തയറ്റതായ്, തൃപ്തി
വന്നതായ്, ശുദ്ധസ്നേഹ
ലീനമായുണരുന്നൂ!

എന്തൊരു പുതുജന്മമിങ്ങനെ.
തള്ളക്കിളി
തന്റെ കുഞ്ഞിനെക്കാത്തു
ശിക്ഷണം നല്കുംപോലെ

കാത്തുരക്ഷിച്ചീടുമാ-
വാത്സല്യം തിടുക്കുന്നൂ.
''നീ പറന്നുയർന്നാലും
സ്നേഹമാമാകാശത്തിൽ...''

അവിടുന്നറിവാലെൻ
ജീവനെ സ്പർശിക്കയാൽ
അറിവൂ ജ്ഞാനസ്നാന
മെന്നതിന്നർത്ഥം പ്രഭോ. ■

(*സദ്ഗുരുവിന്നു നന്ദിയോടെ*)

## മൃഗയാ

**എ**രിയുന്നു, വയ്യെനി,ക്കെരിയുന്നു, ഗാഢമായ്
പുണരുമീ ഭീതികളഴിയാതെ ചുറ്റുന്നി-
തുടലിൽ, കനയ്ക്കുന്ന മരുവിലേക്കെന്നെയാ-
രുയിരോടെ വാരിയെറിഞ്ഞൂ?

മറവായതെന്തോ തെളികയാൽ, അറികയാ-
ണറിയാത്തൊരിടമാണിതിവിടമെൻ നേർക്കിതാ
അയ്യോ, പെരിയൊരു തീയമറിക്കൊണ്ടു
പയ്യെക്കനൽച്ചുണ്ടു ദീപ്രജിഹ്വാഞ്ചലം-
കൊണ്ടു നക്കിത്തുടച്ചെന്റെ കൊച്ചുയിരിനെ
ഖണ്ഡിക്കുമാറാ മിഴിയിടിവാളോങ്ങി-
യകലെയല്ലാതെയരികെയുമല്ലാതെ-
യകലാതടുക്കാതെ നില്പൂ.

ആരെക്കരഞ്ഞുവിളിക്കും വിളിപ്പാടി-
ലാരുമേയില്ലതുമാത്രമല്ലെന്റെയി-
ക്കണ്ഠത്തിലൊച്ചയണഞ്ഞുപോയ്, പിന്നെയുൽ-
ക്കണ്ഠയാലുള്ളം തരിക്കുന്നു; മുന്നോട്ടു
മെല്ലെ ജ്വലിക്കുന്ന കാലെടുത്താ മൃഗം
വെച്ചുവോ? ശ്വേതാഗ്നി ചീറ്റിയോ ദംഷ്ട്രകൾ?

വരികയാണടിവെച്ചടുക്കയാണിടറാതെ-
യരികെ വന്നെത്തിയൊന്നലറിത്തെളിനാക്കു
നീട്ടിക്കനൽച്ചുണ്ടു നക്കിത്തുടച്ചതെൻ
നേരെക്കുനിയുന്നുവല്ലോ.

കരുണതന്നിനിവില്ല, പൊഴിവതിന്നുയരത്തി-
ലൊരു മേഘശകലമില്ലന്യമായ്, വന്യമായ്
പടരുമീത്തീക്കണ്ണിലെരിയുന്നു വിണ്ടല-
മെരിയുന്നു വിശ്വമെരിയുന്നിതത്രയും.

അയ്യോ, വലിയൊരിത്തീമൃഗമെൻ നെഞ്ചു-
തച്ചു പിളർക്കയാണാഞ്ഞു ചീറ്റും നിണ-
മുറ്റുകുടിക്കയാണെന്റെ കരളെടു-
ത്തുണ്ണുകയാണതെന്നുള്ളമാം കൂട്ടിലെ-
ക്കൊച്ചുപറവയെത്തല്ലിപ്പിടിച്ചെടു-
ത്തൊച്ചവെച്ചാർത്തു മറിഞ്ഞു കളിക്കയാം.

എരിയുന്നു വയ്യെനിക്കെരിയുന്നു, വല്ലാതെ
ഞെരിയുന്നു ജീവൻ, കനയ്ക്കുന്ന മരുവിലേ-
ക്കോടിച്ചു നായാടിയെന്നെപ്പിടിച്ചിതു-
പോലെത്തിമിർക്കുവാനെന്തേ? ■

## ദുഃഖമെന്നോട് പറയുന്നു

**ദു**ഃഖമെന്നോട് പറയുന്നു: പാടുക
പാടുകയാണ് ഞാൻ
രാഗമില്ലെങ്കിലും താളമില്ലെങ്കിലും.

ദുഃഖമെന്നോട് പറയുന്നു: പാടുക
പാടുകയാണ് ഞാൻ
ഓർക്കുക, ചൊൽകയാം ദുഃഖം
പതുക്കെ പതുക്കെ മരിച്ചുകിടക്കുമെന്നോർമ്മയെ
മുത്തുന്നു ദുഃഖം.

ഓർമ്മയുണർന്നൂ പഴയ നഗരിതൻ
സർവ്വചലനവും കൂടെയുണർന്നുവോ?
പാടുക. ദുഃഖമടക്കിയ ശബ്ദത്തിൽ
ഏവമെന്നോടു മന്ത്രിക്കേ
ഞാനാകെ ഗാനമായ് ഞെട്ടിയുണർന്നുവോ?

ദുഃഖം എന്നോട് പറയുന്നു: പാടുക
പാടുകയാണ് ഞാൻ
ദുഃഖം എന്നോട് പറയുന്നു: പാടുക
പാടുകയാണ് ഞാൻ. ■

# നിസ്വം

**ഒ**ന്നുമില്ല
ഹൃദയം ദരിദ്രം
നിസ്വം
ആകയാൽ
അത്
തിളയ്ക്കുന്ന ഉച്ചകളിൽ
ആകാശത്തിൽ പാറിക്കിടക്കുന്ന
കഴുകനെപോലെ
അകലങ്ങളിൽനിന്നും
ജീവന്റെ ഉച്ഛിഷ്ടങ്ങളെ
കാണുന്നു
ഉറ്റുനോക്കുന്നു
റാഞ്ചിയെടുക്കുന്നു.

ആകയാൽ അത്
വിശക്കുന്ന കുറുക്കനെപോലെ
ചിരിച്ചുകൊണ്ട്
തെണ്ടിപ്പൂച്ചയെ പോലെ
തൃപ്തി നടിച്ചുകൊണ്ട്
ആ വീണുകിട്ടുന്നതെല്ലാം
നക്കിത്തുടയ്ക്കുന്നു.

ചിലപ്പോൾ ഒരു വില്ലൂന്നിയായി
ധ്യാനം പൂണ്ട്

തന്റെ നിശ്ചലകമാനത്തിലൂടെ
കടക്കാൻ ശ്രമിക്കുന്ന
മാൻകുട്ടികളേയും കാട്ടുപോത്തുകളേയും
ചുറ്റിവരിഞ്ഞു
വിഴുങ്ങുന്നു.

ഈ ഹൃദയം അത്രമേൽ
ദരിദ്രം, നിസ്വം.

അത് പാവം ചമഞ്ഞ്
വഴിയേ പോകുന്നവന്റെ മുതൽ
പട്ടാപ്പകൽ കൊള്ളയടിക്കുന്നു.

എന്നിട്ടും അതിന്റെ ഖജനാവുകളിൽ
അദൃശ്യമായ അഗ്നികൊണ്ടെന്നപോലെ
എല്ലാം വിലയം കൊള്ളുന്നു.

എങ്കിലും
വല്ലപ്പോഴുമൊരിക്കൽ–
വല്ലപ്പോഴും മാത്രം–
'പാവം, പാവം' എന്നുരുവിട്ട്
ആരോ
എന്റെ ഉറക്കത്തിന്റെ പടുത വകഞ്ഞ്
നെറ്റിയിലുമ്മവെയ്ക്കാൻ
കുനിയും.

അപ്പോൾ കണ്ണുകളിൽനിന്ന് കണ്ണുനീർ
ഈ ശൂന്യഹൃദയത്തിൽ
ഇറ്റുവീഴുകയും ചെയ്യും.

പിന്നീട്
തെളിഞ്ഞ്
കാലത്തെഴുന്നേൽക്കുമ്പോൾ

പ്രപഞ്ചം മുഴുവൻ
എന്നിൽ വന്നു നിറഞ്ഞതായി
തോന്നും.

പ്രപഞ്ചം മുഴുവൻ
എന്നിൽനിന്ന് കവിഞ്ഞൊഴുകിയതായും.
ചിലപ്പോൾ മാത്രം
ചിലപ്പോഴെങ്കിലും. ■

## നിദ്രിതം

**രാ**വിലിന്നൊറ്റയല്ലല്ല ഞാൻ കൂട്ടിനു-
ണ്ടായിരം പൂമൊട്ടുമേന്തി വാഗ്ദാനമായ്
ആനന്ദവൃക്ഷം, അതിലൊളിഞ്ഞിങ്ങനെ-
യാകാശചാരിയായ്ത്തീരും പറവയും
ആയതിൻ കണ്ഠത്തിലിപ്പോൾക്കുതിക്കുമെ-
ന്നായി നിൽക്കുന്ന ശരം പോലെ ഗീതവും.

ആകിലുമുണ്ടൊഴിയാതെ പുരാതനം
നീറിയകം ചാരമാക്കുമീ സങ്കടം:
രാവിന്നകമ്പടിയായിക്കടന്നങ്ങു
പോവതായുസ്സോ യുഗത്തിൻ പകർച്ചയോ?

എപ്പൊഴാണെപ്പൊഴാണീ നീണ്ട രാത്രിത-
ന്നപ്പുറത്തേക്കു ചുവടുകളെത്തുക?

വാനിന്നരുണാഭമായ നെഞ്ചം നിറ-
ച്ചാനന്ദഗാനം കുതിച്ചുയർന്നീടുക?

അന്തരീക്ഷത്തിന്റെ പുണ്യമായീക്കണ്ട
നന്മണച്ചെപ്പുകളൊക്കെത്തുറക്കുക?

നൂറുനൂറാണ്ടുകൾ പിന്നിട്ട നിദ്രയെ
കീറിയുണർച്ചതന്നുത്സവമെത്തുക? ■

## വിസ്മയം

**എ**ന്തൊരു വീര്യമാണുണ്ടായി വന്നതീ-
മുന്തിരിസ്സത്തിനു ഭൂഗർഭനിദ്രയാൽ.

എന്തു തുടുപ്പ്, രുചി, രസസാന്ദ്രത
എന്തു ലഹരിയീ സൗന്ദര്യധാരയിൽ.

ഈ വിധം കാലമൊരുക്കും വിരുന്നുപോൽ
നീയെൻ സ്മൃതികളെ കണ്ടെടുത്തീടവേ
നീ അവയോരോന്നുമുത്സവമാക്കിയെൻ
ജീവനെ ആമഗ്നമാക്കി നിന്നീടവേ
ദൈവം പ്രകാശം ചൊരിഞ്ഞുതരുന്നുവോ
കൈതവമേശാത്ത വാക്കായി നമ്മളിൽ?

ഇത്ര പുണ്യം കിടക്കുന്നുവോ ജീവനിൽ
ഹൃത്താപഹാരിയാം ഈ വിസ്മയത്തിനായ്. ■

## പൂക്കൾ

**ഞെ**ട്ടറ്റതിന്റെ നിരാശ്രയത്വത്തിലും
മന്ദഹസിക്കുന്നു പൂക്കൾ.
പിച്ചിയെടുത്തു വിലയിട്ടു തങ്ങളെ
വിൽക്കുന്ന വേളയിൽ പോലും
നൊന്തു ചിരിക്കുന്നു പൂക്കൾ.

ഹൃത്തിൻ സുഗന്ധമായ്
തിങ്ങും നവജാത
രാഗം തിരയുന്നതാരെ?
ചെമ്പനീർ പൂക്കളെ-
ഭാവപ്രകാശനം
അമ്മട്ടിൽ ആർക്കു കഴിയും?

മുറ്റിത്തഴച്ച തരുണമാം വാർമുടി
മോഹിപ്പതേതലങ്കാരം-
മുത്തൊളിമുല്ല, പൊൻചെമ്പകം എന്നല്ല
സുന്ദരപുഷ്പങ്ങളെല്ലാം.

കാഴ്ചയിൽ ലാവണ്യമായും
ഗന്ധത്തിൽ ഔഷധിയായും
സൂക്ഷ്മമായ് നമ്മുടെ പാഴാം മനസ്സിനെ
വീണ്ടെടുക്കുന്നുണ്ട് പൂക്കൾ.

തീരാത്ത ദുഃഖപ്പെരുമഴയിൽപ്പെട്ടു
തോരാത്ത കണ്ണുനീരോടെ

വൻചുഴിക്കുള്ളിൽപ്പിടിവിട്ടു താഴുന്ന
സങ്കടം ഓർക്കുന്നതാരെ?
താമരത്താരിനെ, പിച്ചിയെ, തെച്ചിയെ
ചേമന്തിയെ തുണയ്ക്കായി-
അന്തരാത്മാവിൻ തുടിപ്പുകളത്രയും
ദൈവത്തിലെത്തിക്കുവാനായ്.

സ്വാഗതമോതുവാൻ പൂക്കളവസാന-
യാത്രാമൊഴികളായ് പൂക്കൾ
ഞെട്ടറ്റതിന്റെ നിരാശ്രയത്വത്തിലും
മന്ദഹസിക്കുന്നു പൂക്കൾ. ■

## വാക്കുകൾ

**ഒ**ഴിവായൊരു പാത്രം.
അരികെ വീഴും പുള്ളി-
നിഴൽ, ദൂരെ നിന്നെങ്ങോ
നേർത്തൊരു മേഘധ്വാനം
കോർക്കുവാൻ കൈയിൽപ്പെടാ-
തിങ്ങനെ കളിക്കുന്ന
വാക്കുകൾ, ഒരുങ്ങുവാൻ
വെമ്പിടുമൊരു ഗാനം
തനിയെ നിറയുന്ന പാത്രം.

ആരുമേ കൈയാൽ
പകരാതൊന്നും മീതേ
നിന്നിതിൽ പൊഴിയാതെ
അരികെയിടതൂർന്നു
തൂവിയ നിഴൽ, ഇട-
യ്ക്കതിലാശ്ചര്യംപോലെ
വെയിലിൻ പൊൻപുള്ളികൾ.

ഞാനറിയാതെ കോർത്തു
തീർന്നൊരു ഗാനത്തിന്റെ
മാലിക, അതു ചൂടി-
യോടിയൊരിളം കാറ്റും. ■

## നിശ്ചലം

**എ**ന്തുകൊണ്ടെന്നറിയാതുണർന്നുപോയ്
എന്റെ ഗാഢമാം നിദ്രയിൽ നിന്നു ഞാൻ.

തൊട്ടുണർത്തിയപോലെ, ആരോ ധൃതി-
പ്പെട്ടരികത്തു നിൽപ്പതുപോലെയും.

എന്നോടേതോ രഹസ്യം സ്വകാര്യമായ്
വന്നു മന്ത്രിക്കുവാനെന്ന പോലെയും

എങ്കിലോ കണ്ടതില്ല ഞാനാരെയും
ചന്ദ്രബിംബം ക്ഷയിച്ചോരരാത്രിയിൽ.

ജാലകത്തിന്റെയപ്പുറമാരുടെ
ജാലവിദ്യ, മഹാശ്ചര്യകാരിയായ്.

ആകവേ മൃദുമേഘങ്ങൾ ചൂഴുന്ന
വാനിലങ്ങിങ്ങു നേരിയ പാൽപ്പത

ഏതു ഭാവത്തിലാകിലും ചന്ദ്രിക-
യേകും അത്ഭുതസൗന്ദര്യദർശനം. ■